ஹைக்கூ என்றும் சொல்லலாம்.

TAMIL HAIKU

மு. தனஞ்செழியன்

Copyright © M. Dhananchezhiyan
All Rights Reserved.

This book has been published with all efforts taken to make the material error-free after the consent of the author. However, the author and the publisher do not assume and hereby disclaim any liability to any party for any loss, damage, or disruption caused by errors or omissions, whether such errors or omissions result from negligence, accident, or any other cause.

While every effort has been made to avoid any mistake or omission, this publication is being sold on the condition and understanding that neither the author nor the publishers or printers would be liable in any manner to any person by reason of any mistake or omission in this publication or for any action taken or omitted to be taken or advice rendered or accepted on the basis of this work. For any defect in printing or binding the publishers will be liable only to replace the defective copy by another copy of this work then available.

அனைத்து தமிழ் எழுத்தாளர்களுக்கும். இந்த நூல் சமர்ப்பணம்.

பொருளடக்கம்

அணிந்துரை

உலகில் மனிதன் எண்ணற்ற காரணங்களுக்காக,
    உயிர் வாழ்கிறான் சிலர் மட்டும் கவிதைகளுக்காக.
நானும் சிலர்.

முன்னுரை

ஹைக்கூ என்று நீங்கள் வாசிக்க ஆரம்பிக்கும் பொழுது. மெல்ல மெல்ல அந்த உணர்வினை நீங்கள் அடைந்து விடலாம். உலகின் எண்ணற்ற நிகழ்வுகளை, ஆயிரம் பக்கங்களில் சொல்ல முடியா-தைதை, மூன்றே வரிகளுக்குள் அடைத்துப் பார்க்கும் முயற்சி என்னு-டைய ஹைக்கூ.

நன்றி

அனைவருக்கும் நன்றி!
நோஷன் பிரசுராதித்துக்கு இங்கு சிறப்பு நன்றி

அத்தியாயம்1

#1

சுலபமாக இறந்துவிட்டான்

சுடுகாட்டிற்குத்தான்

வழி கிடைக்கவில்லை

#2

இதழ் பிரியா புன்னகை

நினைவுகளின்

மௌனத்தில் மீள்

#3

பச்சை விளக்குகளில்

வாகனம் நின்று விடுகிறது

சல்னா புரோட்டா கடை

#4

ரயில் வராத

பாதையிலும் விபத்து

ஆணவக்கொலை

#5

அத்தனை பெரிய

சிரிப்பு முடிந்தவுடன்

வெடிக்கிறது அமைதி.

#6

நெருப்பு அலைகள் ஓய்ந்த பின்

சாம்பல் நுறைத்திருந்தது

சுடுகாட்டு பிணங்களுக்கு

#7

அலை எழுப்பும் சுவரில்
ஆணி ஆகிறது
நீந்தும் அத்தனை தலைகளும்
#8
மயானத்தின்
பூச் செடியில்
தேன் வண்டுகள்
#9
வெள்ளை மாளிகைக்கு
சமமாக படர்ந்தது
கருநீல நிழல்.
#10
பிரசுரமாகாத
கவிதைத் தொகுப்பு
ரப் நோட்

அத்தியாயம்2

#11

விசாரிக்கப்படாத

பலகாரங்கள்

விலை கேட்கும் ஈக்கள்.

#12

பொத்தல் பாத்திரத்தின்

இருண்ட வானில்

அத்தனை நட்சத்திரம்

#13

கேட்காத காதுகளிடம்

கேட்டுக் கொண்டிருந்தான்

வேண்டுதல்.

#14

வாட்சப்பில் பள்ளி குழு

இருப்பது தெரிந்தது

ஃபார்வேர்டு கல்யாண பத்திரிகையால்.

#15

மழையால் சமைக்கவில்லை

ஈரமாய் அடுப்பு

காய்ந்தது வயிறு

#16

அம்மா கட்டியிருந்த

அத்தனை புடவையிலும்

எண்ணெய்ச் சிக்கு வாசம்

#17

ஒற்றை பனை மர நிழல்
உட்கார இடமில்லை
மேய்ப்பானுக்கு
#18
ஒற்றை அறை வீட்டில்
இரவு தாழ்ப்பாளில்
தட்டுப்படும் கொழந்தைகள்.
#19
காத்திருப்புக்கு பின்
வரும் நிலா.
வழி விடுவதில்லை மேகம்
#20
சாமியாரின்
தொடரும் கடும் தவம்
சிறைச்சாலைக்குள்

அத்தியாயம் 3

#21

அவள் நினைவில்
சுவர் ஓரம் சாய்ந்திருந்தது
பழுப்பு நிறமேறியக் கைத்தடி

#22

'தலை'யில்லா
பிணங்களுக்கு
யார்? என்பது அடையாளம்.

#23

சிறுமி சுவற்றில் வரைந்த ஓவியம்
இடித்து விழுகிறது.
ஸ்மார்ட் சிட்டி.

#24

சாலை வாகனம்
விடாமல் எழுப்புகிறது
நாயின் வறட்டு தூக்கம்

#25

தேடிக் கிடைத்ததை
தொலைத்துவிட்டேன்
மீண்டும் தேடுவதற்காக

#26

அம்மாயில்லா வீட்டில்
அடுப்பில் சோறு -
கங்கை அணைத்தார் அப்பா.

#27

பஞ்சாரத்தின் உள்ளே
கைகளை துழாவினாள் அம்மா –
வீட்டில் விருந்தாளி

#28

மழை அதிகமானதால்
நீர் கோழியாகும்
மாநகர வாகனங்கள்.

#29

செருப்பு தைத்தவர்
மடித்து வைக்கிறார்
கிழிந்த ரூபாய் நோட்டை

#30

நூலிழையில்
பிழைக்கிறார்
நெசவாளர்

அத்தியாயம்4

#31
எதிர்பாரா நொடியில்
கண்கள் ததும்பின
காற்றில் தூசி
#32
உதிர்ந்த பழங்களை
எடுக்கும் அணில்கள்
தோட்டத்தின் சிறார்கள்
#33
விடியாத பொழுது
பாதை தேடுகிறார்கள்
தண்ணீரில்லா ஊரில்
#34
கானல் நீர்
மறைந்த விட்டது
நெடுஞ்சாலை மறைவதில்லை.
#35
பயண தூரங்கள்
கணக்கு வைத்திருக்கும்
முதுமையின் ரேகைகள்.

#36
வானம் நிறைந்த
இரவு
பகலெல்லாம் உறக்கத்தில்

#37

ஆடை நெய்கிறது
காற்றாடி
அருந்தாமலிருக்கும் தேநீர்

#38

மீன் பிடிக்க
கற்றுத் தந்தார்கள்
தூண்டிலுக்குத் தான் பணமில்லை

#39

தூக்கம் தொலையச்
சாய்ந்து நிமிர்கிறது
காவலாளியிடம் பிளாஸ்க்

#40

இருந்தாலும்
பெரியதுதான்
எறும்புக்குச் சர்க்கரை

அத்தியாயம்5

#41
தயங்கி விழும்
பனி
போர்வையில்லா கிழவர்

#42
தூரத்து நிலவு
நகல் எடுக்கும்
குளம்

#43
பேரண்டம் இருள்
தனிமை துப்பிக் கொண்டிருந்தது
நட்சத்திரம்.

#44
சக்கரங்கள்
உறங்க
ஓய்வெடுக்கும் தேர்

#45
புல்லின்
நிழல்
நகரும் பூச்சிகள்

#46
வெயிலை
சலிக்கும்
இலையில்லா மரம்

#47

கவிழ்ந்து இருள்
சூடிக்கொள்ளும் மலர்
நிலா

#48

முந்தானையின் நுனியால்
வாய் பொத்துகிறாள்
திணிக்கப்படும் அகாலத்தின் உறக்கத்தில்.

#49

முத்திர நாற்றமடிக்கு
வாசல்
முதுமையும் தனிமையும்

#50

கிழிந்த சட்டைப்பையில்
முளைக்கிறது
விரல்கள்

அத்தியாயம்6

#51

அவள் வருகையை

தூதனுப்புகிறது

கொலுசு

#52

வார்த்தைகளை

தாழிட்டாள்

மௌனம்

#53

பறவைகள்

போவதெல்லாம்

அடிவானம் தொட

#54

வீடடையும்

சூரியன்

கதவடைக்கும் வானம்

#55

சாய்ந்து நிமிர்கையில்

சோம்பல் முறிக்கிறது

மூங்கில்

#56

குழந்தையில்லா

வீடு

அழும் பூனை

#57

பகல் பொழுதுகளில்
கவனிக்கப்படாத
தெரு விளக்குகள்
#58
ஈரம் பொதிந்தக்
காற்று
இலையுதிர்காலம்
#59
அறியாத நாட்கள்
இன்றில்லை
நாளை.
#60
முதுமையை உணரும்
வயல்வெளியில்
நரைத்த கொக்கு

அத்தியாயம்7

#61

ரசிக்க முடிவதில்லை

மழையை

நகரும் வண்டிக்கடை

#62

நிமிடங்களை

தின்று செரிக்காமல்

இருக்கிறது புகைப்படம்.

#63

ஒற்றை கம்பி

பசிமீது

மிதக்கும் சிறுமி

#64

நாளின் முடிவை

உணர்த்துகிறது

தெருவிளக்கின் வெளிச்சம்

#65

இரை தேடும்

பறவை

கூட்டிலிருக்குது பசி

#66

கடவுளுக்கும் மறதியுண்டு

கோவிலெல்லாம்

உபயதாரர் பெயர்.

#67

'திரும்பாமல் செல்' என்றார்கள்
எல்லோரும் திரும்பினார்கள்
மயானத்திற்கு
#68
யாரும்
விசாரிப்பதில்லை
நலமாயிருக்கையில்.
#69
பாட்டோசை
நின்றவிடத்தில்
நிசப்தம் கேட்கிறது
#70
தூரமாய் இருந்தும்
பெரிதாகத் தெரிகிறது
வானம்.

அத்தியாயம் 8

#71

சிறை கம்பிகளை

பார்த்துக்கொண்டிருக்கும் விலங்குகளுக்கு

மனிதர்கள் பொழுதுபோக்கு

#72

படுக்கை அறை கண்ணாடிகள்

பிம்பம் எடுக்கின்றன

குழந்தைப் பருவங்களை

#73

மரம் முளைக்கிறது

வயிற்றில்

விதையோடு விழுங்கிய மண்

#74

செவ்வாயில்

தோஷமில்லை

ரோவர் தான் உள்ளது

#75

மனிதன் உட்கார்ந்த

நாற்காலி எல்லாம்

வெப்பம் அறிந்தவை.

#76

அவள் மஞ்சள் படுவதை

விழா வைத்துவிட்டு

மறைத்து வாங்குகிறான் பட்டாம்பூச்சி

#77

அலங்காரத்திற்கு
காத்திருக்கும்
பந்தியின் இலைகள்
#78
தாலி
கட்டியதால்
விதவையானாள்
#79
அணு குண்டு
சோதனைக்கு
புன்னகை புத்தர்
#80
எல்லா கோவில்களிலும்
கதவு வைத்தார்கள்
கடவுள் வந்துவிடக் கூடாதென

அத்தியாயம் 9

#81

கரண்ட் கம்பியும்

காக்கையும்

இசைக்குறிப்புகள் ஆகிறது.

#82

வானத்தின்

வேர்கள்

மின்னல்

#83

பலமாக முத்தமிட்டு

கொண்டன

மரமும் மரங்கொத்தியும்.

#84

பேரலைகள்

உறைந்து கிடக்கிறது

பாலைவன மேடுகள்

#85

வயற்காட்டு மண்ணை

வீடு வரை சுமக்கும்

கீரை கட்டு

#86

கடவுளுக்கும்

காணிக்கைக்கும் இடையில்

கோயில்.

#87

கண்ணாடி சிறையில்
வாழ்வதெல்லாம்
மீன்களுக்குத் தண்டனை

#88

வெட்டு காயங்கள்
ஆறாமலிருக்கும்
ரப்பர் மரங்கள்

#89

மழையில்லாமல்
மின்னல் வெட்டுகிறது
வாய் பிளக்கும் மண்

#90

இருட்டில்
கொலை செய்தார்கள்
உயிரிழக்கும் மெழுகுவர்த்திகள்.

அத்தியாயம்10

#91
நள்ளிரவு ஆடை
அவிழ்க்கும் வானம்
அம்மணமாகுது நிலா.
#92
சாய்வு நாற்காலி
ஓய்வெடுக்கிறது இடம்பெயர்ந்த
தாத்தா கனவானார்.
#93
முட்களின்
பசி
நேரத்தை தின்கிறது
#94
தெருவின் நீண்ட
மௌனம்
கலைக்கும் நாய்
#95
ஜீவ ஒளியெனப்
பூச்சிகள்
தெரு விளக்கில் மோதுகின்றன.
#96
மனிதன்
உண்மையென்றான்
கௌளி காதல் சொன்னது
#97

இருட்டில் தெருவிளக்கு
கக்கியது
மின்சார போதை

#98

சுங்கச்சாவடியில் வரி விலக்கு
கேட்கும் வாகனங்களில்
கோவணம் பறக்கிறது

#99

பந்தியில் பேரலையாகக்
கவிழும் இலைகள்
நீந்தத் திணறும் பலகாரங்கள்.

#100

இறந்த பிறகு தான்
தெரிந்து கொண்டேன்
ஈர்ப்பு விசையிலிருந்து விலகுவதை

www.ingramcontent.com/pod-product-compliance
Lightning Source LLC
Chambersburg PA
CBHW030510170726

47990CB00008BA/3134